Impressum
Verlag: BABADADA GmbH, Nedderfeld 112 , 22529 Hamburg
Geschäftsführer / Verlagsleitung: Harald Hof
Druck: Books on Demand GmbH, In de Tarpen 42, 22848 Norderstedt

Imprint
Publisher: BABADADA GmbH Nedderfeld 112 , 22529 Hamburg, Germany
Managing Director / Publishing direction: Harald Hof
Print: Books on Demand GmbH, In de Tarpen 42, 22848 Norderstedt

baba
shule

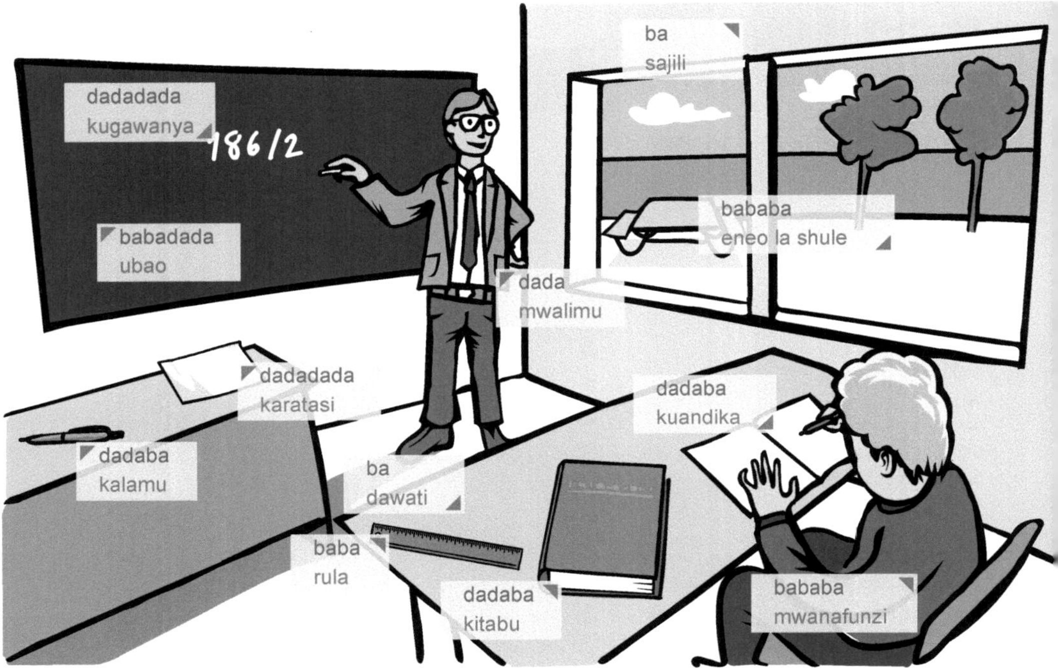
ba
sajili
dadadada
kugawanya
186/2
babadada
ubao
bababa
eneo la shule
dada
mwalimu
dadadada
karatasi
dadaba
kuandika
dadaba
kalamu
ba
dawati
baba
rula
dadaba
kitabu
bababa
mwanafunzi

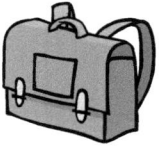

dadaba
mkoba

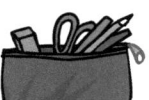

dada
kikasha cha penseli

bababa
penseli

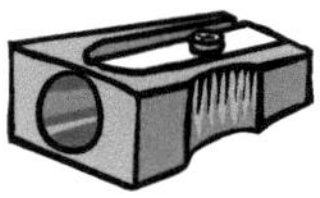

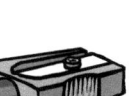

dadaba
kichonga penseli

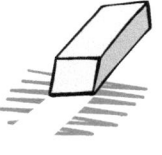

baba
mpira

ba
pedi ya kuchora

bababa

uchoraji

ba

brashi ya rangi

dada

sanduku la rangi

babadada

mkasi

dadaba

gundi

dadadada

daftari

babadada

kazi ya nyumbani

bababa

nambari

dadaba

jumlisha

bababa

ondoa

badada

zidisha

dadababa

kokotoa

babababa

barua

babababa

alfabeti

dada

neno

babadada

maandishi

dadadada

kusoma

dada

chaki

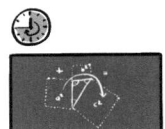

babababa

somo

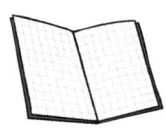

ba

sajili

baba

uchunguzi

babababa

cheti

babadada

sare za shule

babababa

elimu

dadababa

elezo

babababa

chuo kikuu

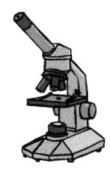

dadababa

darubini

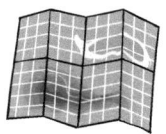

bababa

ramani

babadada

kikapu cha kuweka karatasi
chafu

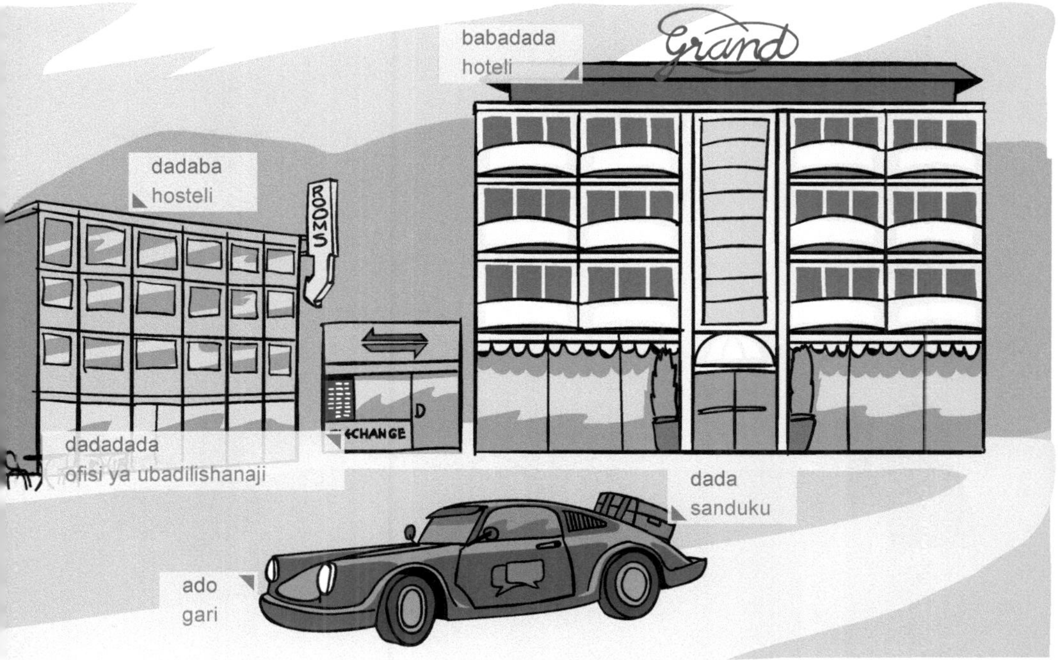

babadada
hoteli
dadaba
hosteli
ROOMS
EXCHANGE
dadadada
ofisi ya ubadilishanaji
dada
sanduku
ado
gari

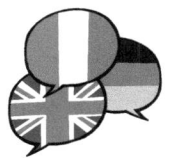

dadadada
lugha

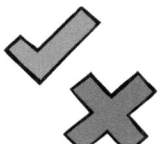

da / meh
ndiyo / la

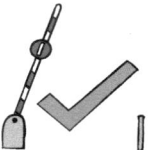

Oh
sawa

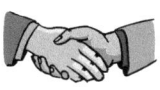

ba
hujambo

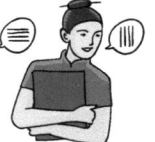

dada
mtafsiri

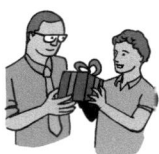

dada
Asante

babababa

kiasi gani ni ...?

ah

Sielewi

dadaba

tatizo

ba dada

Jioni njema!

babadada

Habari za asubuhi!

heia!

Usiku mwema!

dadaba

kwa heri

badada

mwelekeo

dada

mizigo

babababa

mfuko

babababa

shanta

baba

mgeni

dadadada

chumba

dadadada

begi la kulalia

dada

hema

dadadada

taarifa ya utalii

badada

ufuo

babadada

kadi

dadababa

kifunguakinywa

baba

chakula cha mchana

bababa

chakula cha jioni

dada

tiketi

dada

kuinua

babadada

muhuri

badada

mpaka

dadaba

mila

babadada

ubalozi

dadaba

visa

dada da da da

pasipoti

dadadada
usafiri

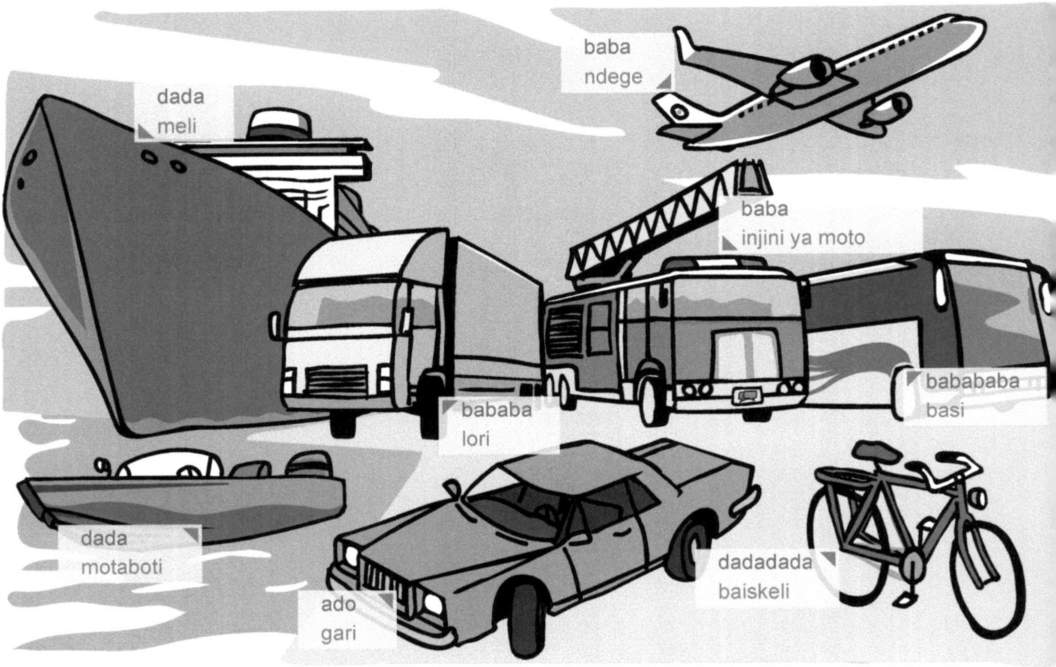

baba
ndege
dada
meli
baba
injini ya moto
babababa
basi
bababa
lori
dada
motaboti
dadadada
baiskeli
ado
gari

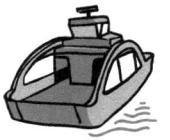

babadada

feri

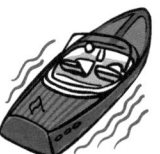

baba

mashua

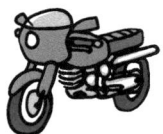

bababa

pikipiki

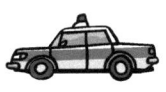

ado

gari la polisi

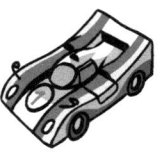

ado

gari la mashindano

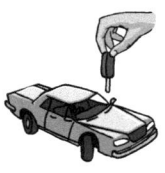

auto

gari la kukodisha

dada

kushiriki gari

ado

lori la kuvuta

ado

ukusanyaji taka

brumbrum!

motor

bababa

mafuta

dada

kituo cha mafuta

dadaba

ishara trafiki

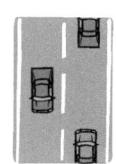

badada

trafiki

ado ado

msongamano

babadada

maegesho

babababa

kituo cha treni

dada

reli

dadaba

garimoshi

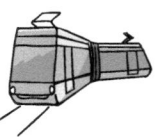

baba

tremu

dadaba

gari la mizigo

baba

helikopta

baba

uwanja wa ndege

dadaba

mnara

baba

abiria

badada

chombo

dada

katoni

baba

mkokoteni

dadadada

kikapu

da / bada

ondoka

dadaba

jiji

bababa

kijiji

dadababa

katikati ya jiji

dadaba

nyumba

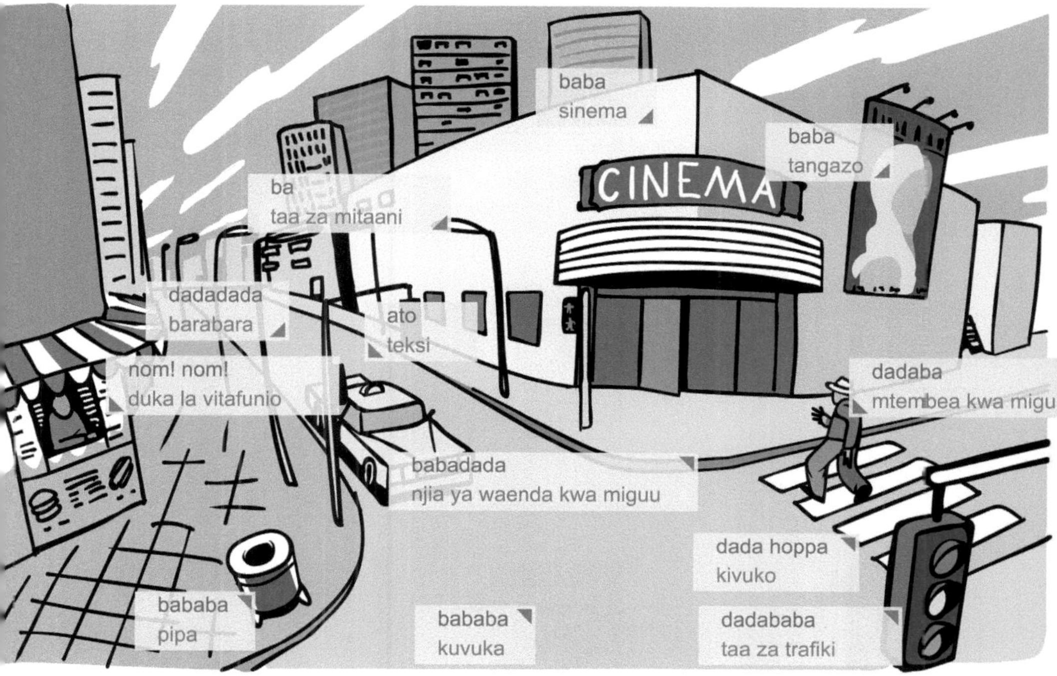

baba
sinema
baba
tangazo
CINEMA
ba
taa za mitaani
dadadada
barabara
ato
teksi
nom! nom!
duka la vitafunio
dadaba
mtembea kwa miguu
babadada
njia ya waenda kwa miguu
dada hoppa
kivuko
bababa
pipa
bababa
kuvuka
dadababa
taa za trafiki

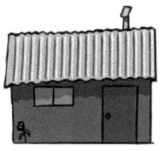

babadada

kibanda

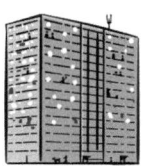

dadadada

gorofa

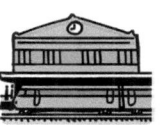

babababa

kituo cha treni

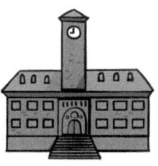

dadaba

ukumbi wa mji

MUSEUM

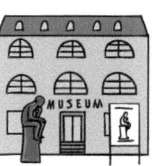

bababa

Makavazi

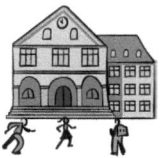

baba

shule

babababa

chuo kikuu

dadadada

benki

aua!

hospitali

babadada

hoteli

aua!

duka la dawa

baba

ofisi

bababa

duka la kitabu

ba

duka

dadaba

duka la maua

dada nom nom

dukakuu

dadadada

soko

dadadada

idara ya kuhifadhi

nom! nom!

mwuza samaki

baba

kituo cha ununuzi

ba

bandari

dadadada

Hifadhi

baba

benki

bababab a

daraja

dadadada

vidato

bababa

chini ya ardhi

baba

handaki

ba

kituo cha mabasi

babababa

bar

nom nom!

mgahawa

dadaba

sanduku la posta

dada

ishara ya barabara

baba

mita ya maegesho

bababa

bustani ya wanyama

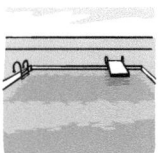

dada

kidimbwi cha kuogelea

baba

msikiti

dadaba
....
shamba

dadababa
....
uchafuzi

bababa
....
makaburini

ba
....
kanisa

dadababa
....
uwanja wa michezo

bababa
....
hekalu

dada

mazingira

baba
jani

baba
ishara ya mwelekeo

dada
njia

bababa
malisho

baba
jiwe

dada
mtembeaji wa masafa

dadababa
mti

bababa
mto

dada
nyasi

mama!
ua

badada

bonde

bababa

kilima

dadadada

ziwa

dadadada

msitu

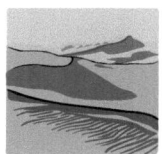

dadababa

jangwa

dadaba

volkano

babababa

ngome

dadaba

upinde wa mvua

bababa

uyoga

dadababa

mtende

aua!

mbu

badada

kuruka

dadababa

chungu

summ summ

nyuki

dada

buibui

dadaba

mende

quak

chura

dadababa

kuchakuro

dadaba

nungunungu

baba

sungura

gackgack

bundi

gackgack

ndege

gackgack

swan

babadada

nguruwe mwitu

dadadada

kulungu

dadadada

aina ya kongoni

dadadada

bwawa

ba

tabo ya upepo

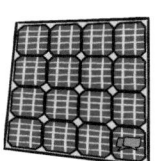

dadadada

nishaji ya jua

bababa

hali ya hewa

dadadada
mhudumu

baba
menyu

dadaba
kiti

nom! nom!
supu

nom nom!
piza

ba
vilia

babababa
kitambaa cha mezani

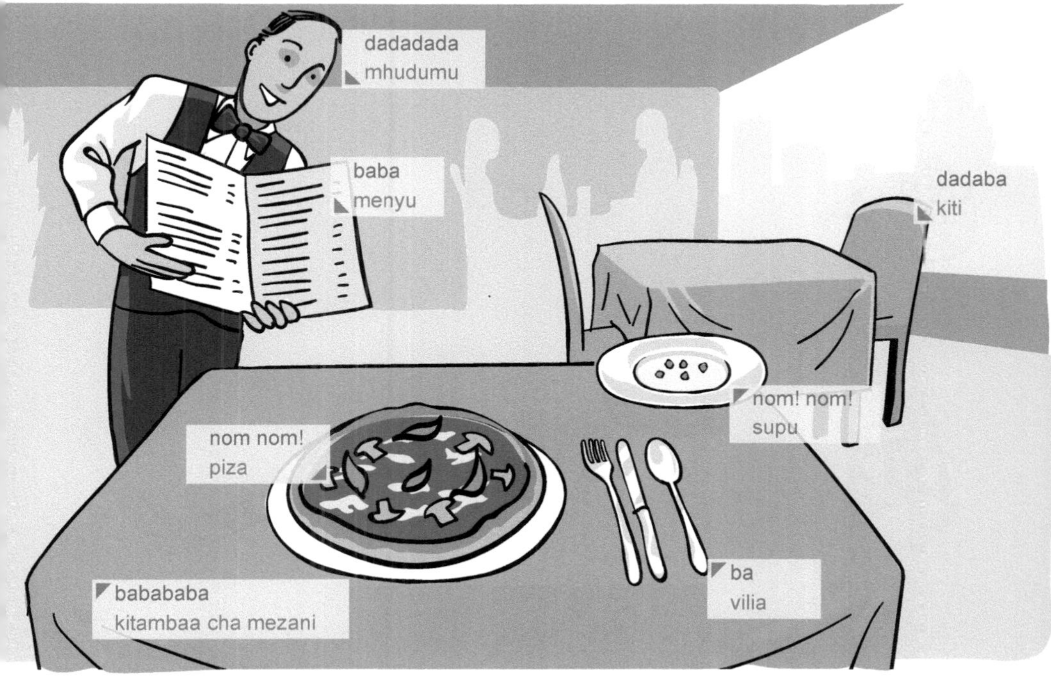

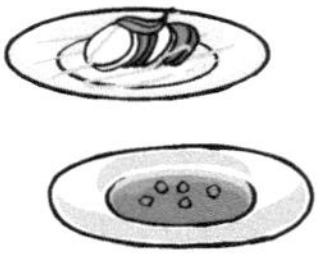

nom! nom!
....
kiamsha hamu

nom! nom!
....
kozi kuu

nom nom!
....
kitindamlo

dadababa
....
vinywaji

nom nom!
....
chakula

nom nom!
....
chupa

nom! nom!

chakula cha haraka

nom! nom!

Streetfood

babababa

buli

nom! nom!

kisanduku cha sukari

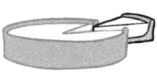

nom nom!

sehemu

dadaba

mashine ya espresso

bababa

kiti kirefu

ba

muswada

bababa

trei

ba

kisu

babadada

uma

dadaba

kijiko

bababa

kijiko cha chai

dadaba

nepi

ba

glasi

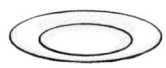

nom nom!

sahani

bababa

sahani ya supu

bababa

sufuria

nom! nom!

mchuzi

dadadada

kichanyaji chumvi

dadaba

kinu cha pilipili

bähbäh

siki

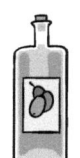

dadababa

mafuta

dadababa

viungo

nom! nom!

kechapu

nom! nom!

haradali

nom nom!

kachumbari nzito

dadababa
ofa maalum

dadaba
mteja

dadaba
maziwa

baba
toroli

nom nom!
matunda

dadaba

mchinjaji

nom! nom!

mwokaji

bababa

uzito

bähbäh

mboga

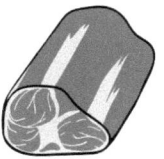

nom nom!

nyama

nomnom

chakula waliohifadhiwa

nom nom!
vipande vya nyama baridi

nomnom
chakula cha kopo

babab
sabuni ya unga

baba
pipi

dadaba
bidhaa za kaya

dadababa
bidhaa za kusafisha

bababa
mtu mauzo

babab
mpaka

dadaba
keshia

dada
orodha ya manunuzi

dadababa
masaa ya ufunguzi

baba
mkoba

babadada
kadi

dadababa
mfuko

dadababa
mfuko wa plastiki

wasa

maji

dadadada

sharubati

badada

maziwa

ba

coke

bababa

mvinyo

dadadada

bia

dadaba

pombe

bababa

kakao

dadababa

chai

dada

kahawa

dadaba

spreso

dadababa

kapuchino

nane

ndizi

nom nom!

tufaha

bababa

machungwa

nom nom!

tikiti

nom nom!

lemon

bähbäh

karoti

bada meh

kitunguu saumu

dadaba

mianzi

dadaba

kitunguu

nom nom!

uyoga

nom nom!

karanga

nom nom!

nudo

nom nom!

spageti

nom nom!

mpunga

nom nom!

saladi

nom nom!

vibanzi

nom nom!

viazi vya kukaanga

nom nom!

piza

nom nom!

hambaga

nom nom!

sandwichi

nom nom!

kipande

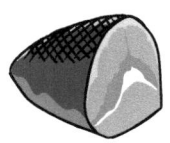

nom nom!

paja la mnyama

nom nom!

salami

nom nom!

soseji

gack gack

kuku

nom nom!

choma

nom nom!

samaki

nom nom!

oats ya uji

bähbäh

muesli

nom nom!

cornflakes

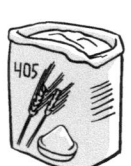

nom nom!

unga

nom nom!

kroisanti

babadada

andazi

nom! nom!

mkate

nom nom!

mkate wa kubanika

nom nom!

biskuti

nom nom!

siagi

nom nom!

maziwa mgando

nom nom

keki

dadaba

yai

nom nom!

yai kukaanga

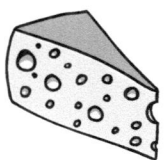

bada muh

jibini

nom nom!
aiskrimu

nom nom!
sukari

baba summ
asali

nom nom!
jemu

nom nom!
kuenea kwa chokoleti

babadada
mchuzi wa viungo

nom nom! - chakula

dadaba
shamba

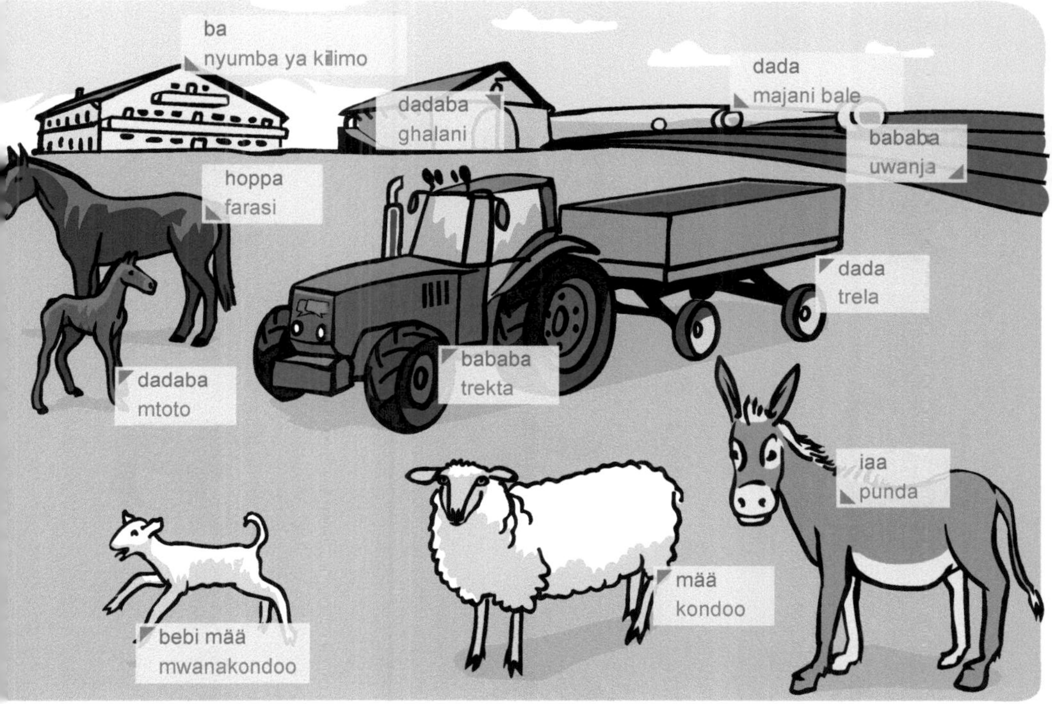
ba
nyumba ya kilimo
dadaba
ghalani
dada
majani bale
bababa
uwanja
hoppa
farasi
dada
trela
bababa
trekta
dadaba
mtoto
iaa
punda
mää
kondoo
bebi mää
mwanakondoo

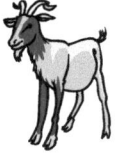

baba
mbuzi

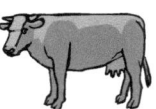

muh
ng'ombe

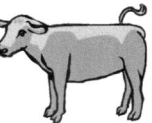

mimuh
ndama

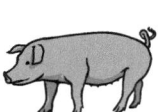

mama oink
nguruwe

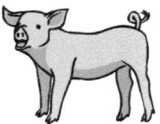

oink
mwananguruwe

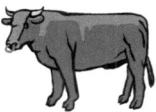

dadadada
fahali

gackgack

batabukini

gackquack

bata

gacki

kifaranga

gackgack

kuku

gacko

jogoo

dada

panya

mau

paka

bababa

panya

muh

ng'ombe

wauwau

mbwa

wauwau

nyumba ya mbwa

baba

bomba la bustani

dadababa

debe la kumwagilia maji

baba

fyekeo

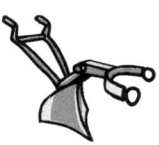

dadababa

kulima

baba

mundu

dadadada

jembe

dada

uma wa nyasi

bababa

shoka

babababa

toroli

baba

kupitia nyimbo

dada muh

chombo cha maziwa

dadababa

gunia

badada

ua

dadadada

imara

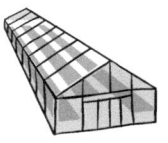

ba

chafu

babadada

udongo

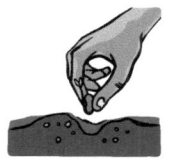

baba

mbegu

baba

mbolea

dadababa

kivunaji

bababa

mavuno

dadadada

mavuno

dadaba

viazi vikuu

dadababa

ngano

dadababa

soya

bababa

viazi

badada

mahindi

bababa

rapa

bababa

mti wa matunda

dadadada

muhogo

dadababa

nafaka

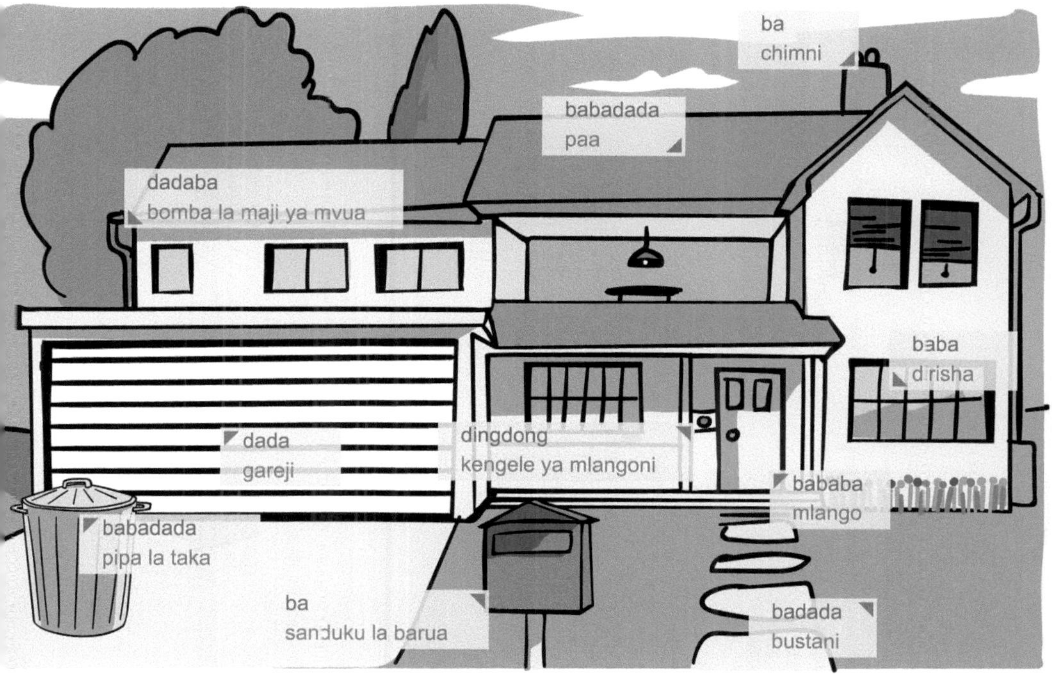

ba
chimni

babadada
paa

dadaba
bomba la maji ya mvua

baba
d risha

dada
gareji

dingdong
kengele ya mlangoni

bababa
mlango

babadada
pipa la taka

ba
sanduku la barua

badada
bustani

dadadada
sebuleni

bababa
bafu

bababa
jikoni

dadababa
chumba cha kulala

meina
chumba ya mtoto

dadaba
chumba cha kulia

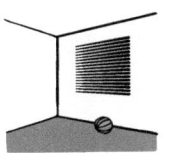

badada

sakafu

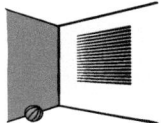

dadababa

ukuta

bababa

dari

dada

pishi

dadababa

sauna

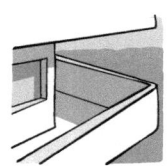

babababa

roshani

dadadada

mtaro

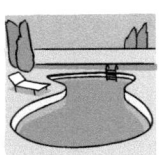

bababa

kidimbwi

baba

mashine ya kukata nyasi

dadaba

karatasi

babadada

kitambaa cha kupamba
kitanda

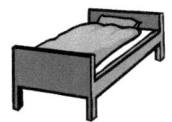

heia!

kitanda

dada

ufagio

dadaba

ndoo

dadababa

kubadili

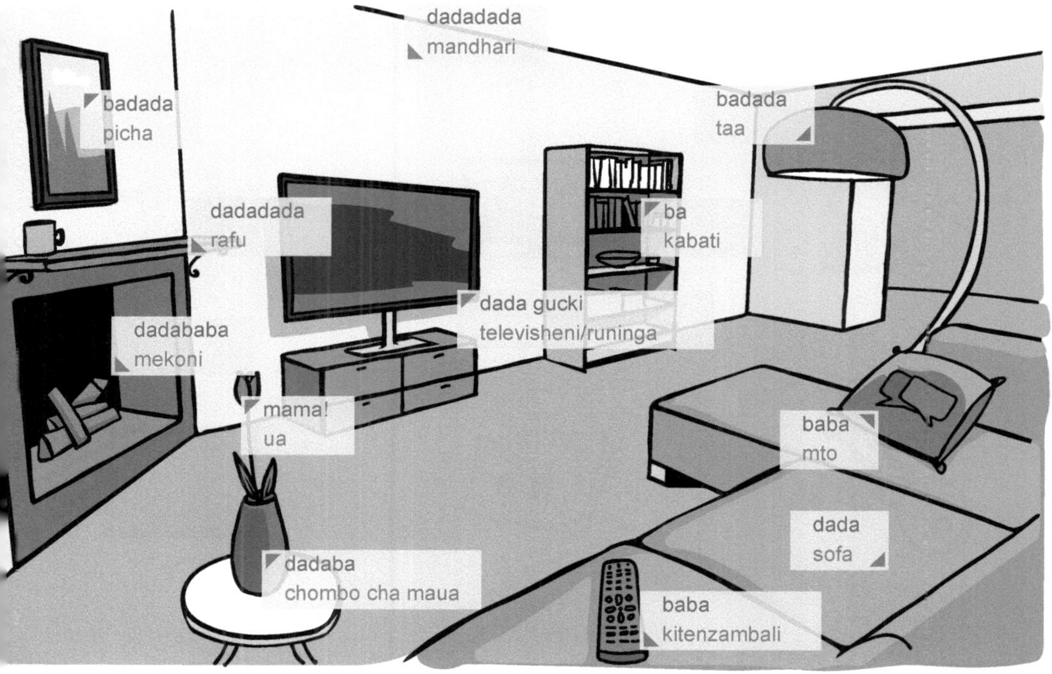

dadadada
mandhari

badada
picha

badada
taa

dadadada
rafu

ba
kabati

dada gucki
televisheni/runinga

dadababa
mekoni

mama!
ua

baba
mto

dadaba
chombo cha maua

dada
sofa

baba
kitenzambali

dada
zulia

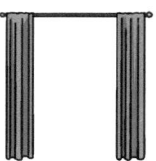

bababa
pazia

ba
meza

dadaba
kiti

dadadada
kiti cha bembea

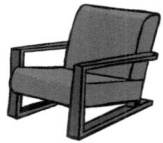

bababa
armchair

dadaba
kitabu

dadadada
blanketi

dadaba
mapambo

ba
kuni

dadadada
filamu

lala
kifaa cha hi-fi

babadada
ufunguo

dadadada
gazeti

dadadada
uchoraji

bababa
bango

lala
redio

dadababa
daftari

babadada
kifyonza

aua!
dungusi kakati

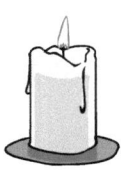

babadada
mshumaa

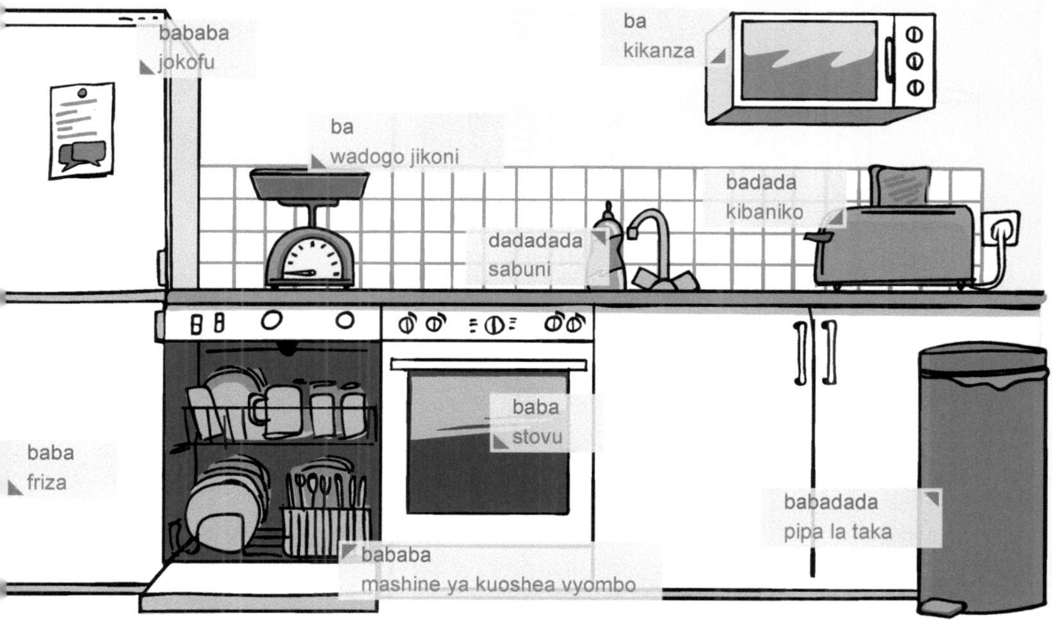

bababa
jokofu

ba
kikanza

ba
wadogo jikoni

badada
kibaniko

dadadada
sabuni

baba
friza

baba
stovu

babadada
pipa la taka

bababa
mashine ya kuoshea vyombo

dada

jiko la kupika

dada

chungu

dada

sufuria ya chuma

baba / dada

wok / kadai

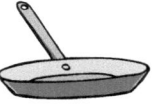

badada

kaango

ba

birika

dadababa

stima

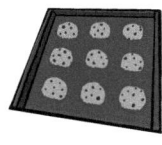

bababa

sinia ya kuoka

dadaba

vyombo vya udongo

dadadada

kombe

dadaba

bakuli

baba

vijiti vya kulia

dadaba

ukawa

dadadada

mwiko mpana

badada

burashi

dada

kichujio

bababa

chujio

baba

mbuzi

dadababa

chokaa

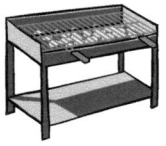

dada

barbeque

aua!

moto wazi

dadababa

ubao wa majaribio

babababa

kijiti cha kusukuma unga

dadababa

kizibuo

dadadada

kopo

bababa

inaweza kopo

dadababa

kishikio cha chungu

dadadada

karo

dadababa

brashi

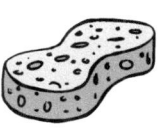

ba

sifongo

aua!

kisagaji matunda

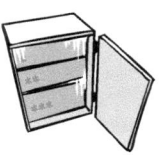

babadada

friji ya kina

bababa

chupa ya mtoto

dadadada

bomba

bababa

bafu

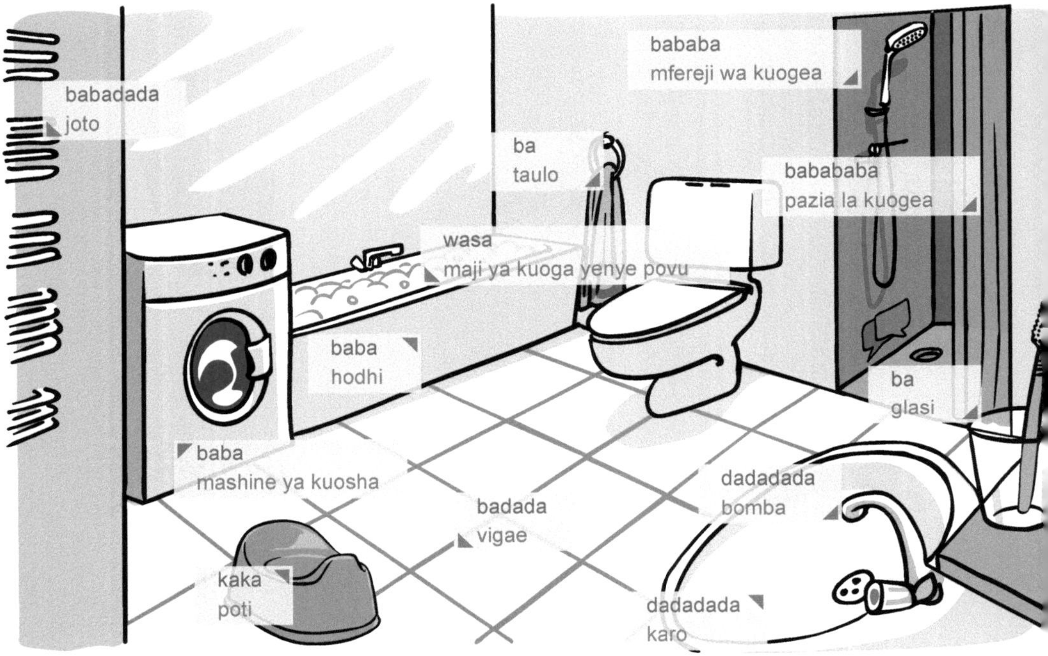

babadada
joto
bababa
mfereji wa kuogea
ba
taulo
babababa
pazia la kuogea
wasa
maji ya kuoga yenye povu
baba
hodhi
ba
glasi
baba
mashine ya kuosha
dadadada
bomba
badada
vigae
kaka
poti
dadadada
karo

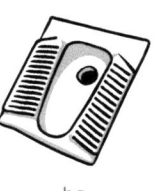

kaka

choo

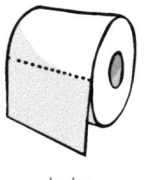

ba

choo cha squat

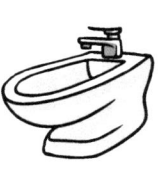

dadababa

beseni la mviringo

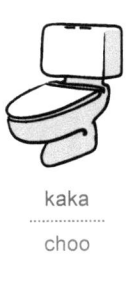

dadababa

choo cha umma

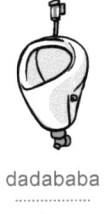

kaka

shashi

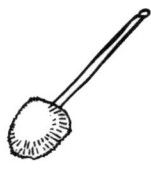

bababa

brashi ya choo

bababa

mswaki

nom! nom!

dawa ya meno

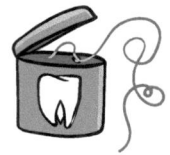

dadadada

dawa ya meno

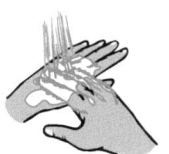

bababa

safisha

babababa

kuoga mkono

dadadada

msukumo wa maji

badada

bonde

dadadada

mpako wa pili

nom! nom!

sabuni

nom! nom!

jeli ya kuogea

nom! nom!

shampuu

babadada

flana

dadaba

toa maji

nom! nom!

krimu

babababa

kiondoa harufu

dadadada

kioo

dadadada

kioo mkono

ba

kinyozi

nom! nom!

povu la kunyoa

nam! nam!

baada ya kunyoa

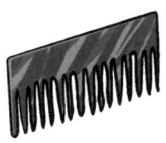

dadababa

kichana

baba

brashi

dadadada

kikausha nywele

badada

marashi ya nyewele

dadaba

vipodozi

mama!

kidomwa

ba

varnish ya msumari

bababa

pamba

dadadada

mkasi wa kucha

bababa

manukato

dadadada

mkoba wa kuosha

bababa

kinyesi

dadadada

mizani

ba

nguo ya kuoga

babababa

glavu za mpira

ba

kisodo

bababa

sodo

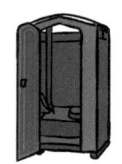

baba

kemikali choo

meina

chumba ya mtoto

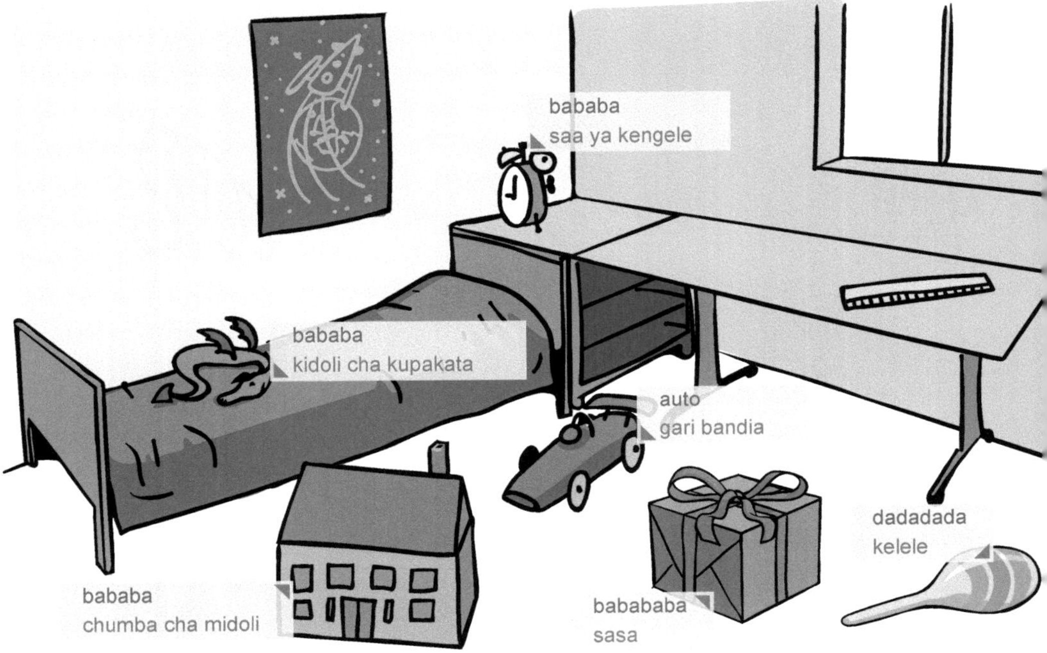
bababa
saa ya kengele
bababa
kidoli cha kupakata
auto
gari bandia
dadadada
kelele
bababa
chumba cha midoli
babababa
sasa

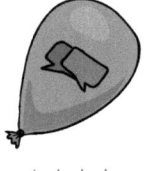

dadadada

baluni

heia!

kitanda

dadaba

mashua

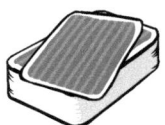

dadababa

staha ya kadi

bababa

mchezo-fumb

SUPER
MEGA

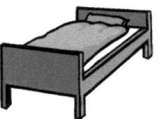

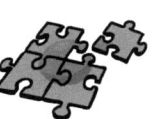

dadababa

vichekesho

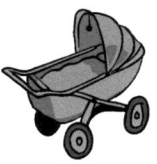

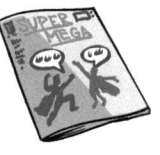

badada

matofali lego

badada

vitalu mwigo

dada

hatua takwimu

dadadada

suti ya kulalia

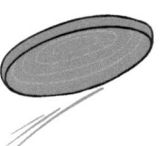

dadaba

kisahani

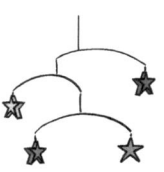

dadaba

simu

ba

ubao wa michezo

baba

kete

dadababa

garimoshi mwigo

lula

dummy

baba

chama

dadaba

picha kitabu

dada

mpira

dada

kikaragosi

badada

kucheza

dadaba

shimo la mchanga

babababa

bembea

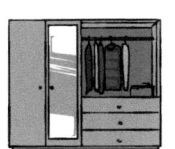

dadababa

vitu bandia

dadaba

kiweko cha video ya mchezo

babadada

baiskeli ya magurudumu

dadababa

mwanasesere

dadaba

kabati

matatu

baba

nguo

dadadada

soksi

ba

stokingi

dada

kibano

bababa
skafu

dadababa
ukanda

bababa
mwavuli

badada
fulana

baba
viatu

baba
ndara

ba
wakufunzi

bababa
malapa

badada
viatu

dada
mabuti ya mpira

ba
suruali ya ndani

baba
sidiria

dadadada
fulana

badada

mwili

ba

suruali

bababa

dangirizi

dada

sketi

bababa

blauzi

dadadada

shati

baba

vuta

baba

sweta

babadada

bleza

baba

jaketi

bababa

koti

dadababa

koti la mvua

bababa

maleba

ba

gauni

dadaba

mavazi ya harusi

dadadada
suti

babababa
vazi la usiku

heia
pajama

baba
sari

dadadada
skafu

dada
kilemba

dada
burka

baba
kaftan

dadadada
abaya

wasa
vazi la kuogelea

bababa
vazi la kiume la kuogelea

dadababa
kaptura

bababababa
teitei

baba
aproni

babababa
glavu

dadaba

kifungo

babadada

glasi

dada

bangili

dadababa

mkufu

bababa

pete

dadababa

herini

dada

kofia

babadada

kiango cha koti

dadababa

kofia

bababa

tai

badada

zipu

dadaba

kofia

dada

kanda za suruali

babadada

sare za shule

babababa

sare

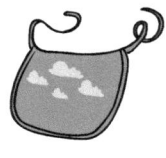

namnam

bibu

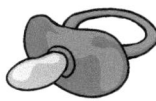

lula

dummy

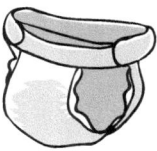

kaka!

nepi

baba

ofisi

dadaba
seva
dadababa
kabati la kuweka faili
badada
kichapishaji
dadadada
karatasi
dadadada
kiwambo
ba
dawati
baba
kipanya
dadaba
folda
dada
kibodi
ada
cha kuweka karatasi chafu
dada
kompyuta
bababa
kiti

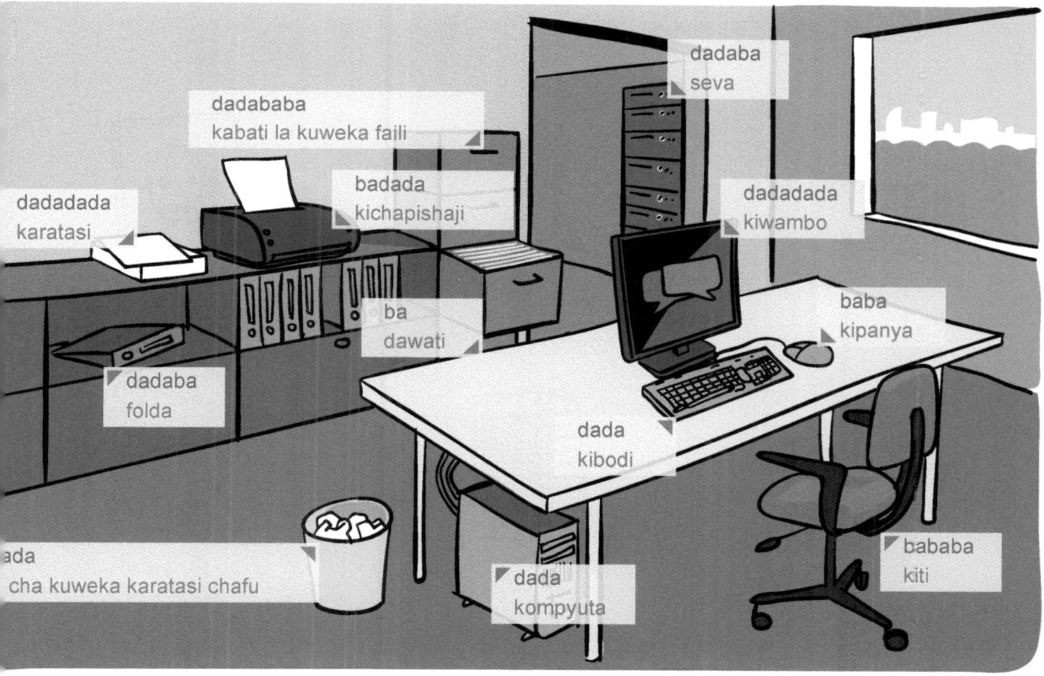

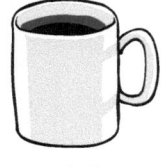

dada

kmobe la kahawa

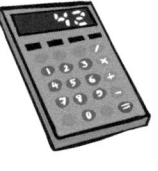

bababa

kikokotoo

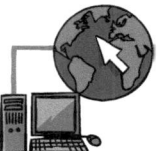

da da

biashara

papa!

mbali

dadababa

barua

ba

ujumbe

fon

rununu

bababa

intaneti

ba

fotokopia

bababa

programu

dada bing

simu

aua!

soketi

bababa

kipepesi

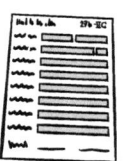

dadaba

fomu

bababa

hati

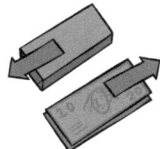

baba

kununua

dadadada

kulipa

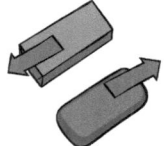

dadaba

biashara

badada

fedha

 **USD**

babadada

dola

 **EUR**

dadaba

yuro

 **JPY**

bababa

yeni

 **RUB**

ba

rouble

 **CHF**

dada

faranga ya Uswisi

 **CNY**

dada

renminbi yuan

 **INR**

ba

rupia

ba

eneo la kulipia

dadadada

ofisi ya ubadilishanaji

dadadada

dhahabu

baba

fedha

dadadada

mafuta

ba

nishati

dadadada

bei

baba

mkataba

bababa

kodi

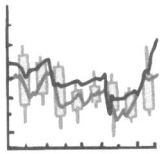

dadadada

bidhaa

dadaba

kazi

dadadada

mfanyakazi

dadababa

mwajiri

dadaba

kiwanda

ba

duka

baba
afisa wa polisi

dada
mzimamoto

bababababa
mpishi

aua!
daktari

bababa
rubani

bababa
mtunza bustani

bababa
seremala

baba
mshonaji

bababa
hakimu

dadaba
mwanakemia

dadababa
muigizaji

ba

dereva wa basi

auto mann

dereva wa teksi

bababa

mvuvi

dadadada

mwanamke wa kusafisha

dadadada

mwezekaji

dadadada

mhudumu

badada

mwindaji

dadadada

mchoraji

dadababa

mwokaji

papa!

umeme

babababa

mjenzi

bababa

mhandisi

dadababa

mchinjaji

dadadada

fundi bomba

bababa

mwanaposta

dadadada

mwanajeshi

ba

msanifu majengo

dadaba

keshia

bababa

muuza maua

babadada

msusi

bababa

kondakta

dadaba

mekanika

dada

nahodha

badada

daktari wa meno

ba

mwanasayansi

bababa

rabbi

dadaba

imamu

dada

mtawa

dadadada

kasisi

baba
koleo

baba
nyundo

babababa
bisibisi

dadaba
kurunzi

dadababa
spana

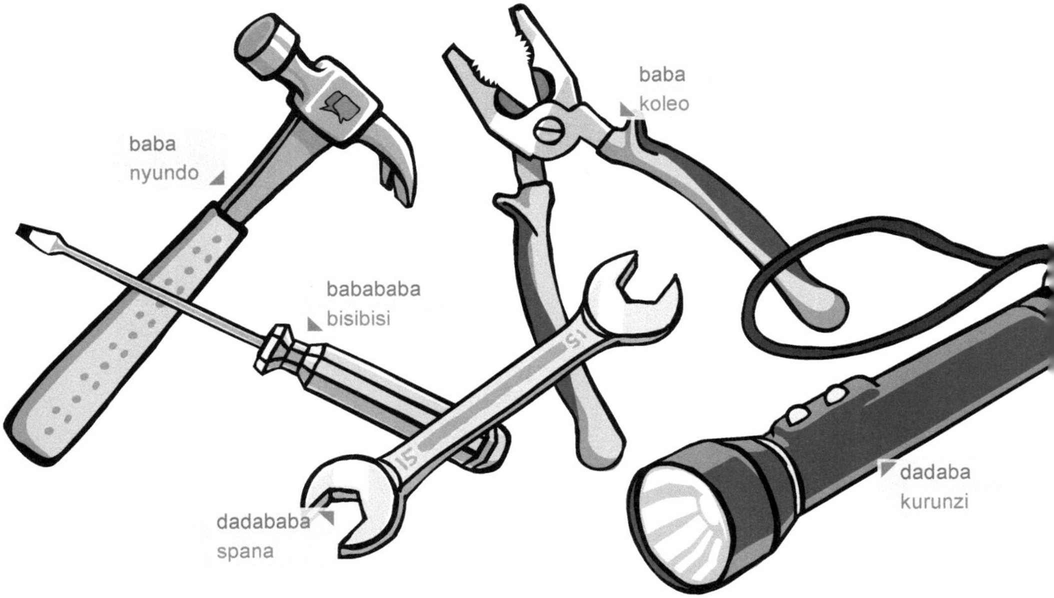

dadaba
mchimbaji

baba
sanduku la vifaa

babababa
ngazi

dadaba
msumeno

babadada
misumari

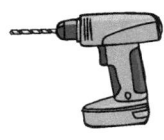

dada
kuchimba visima

dadababa

kukarabati

dada

sepetu

aua!

Lo!

dada

kishikio cha uchafu

dadaba

chungu cha rangi

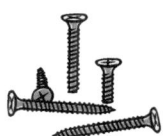

babababa

skurubu

bababa
ala za muziki

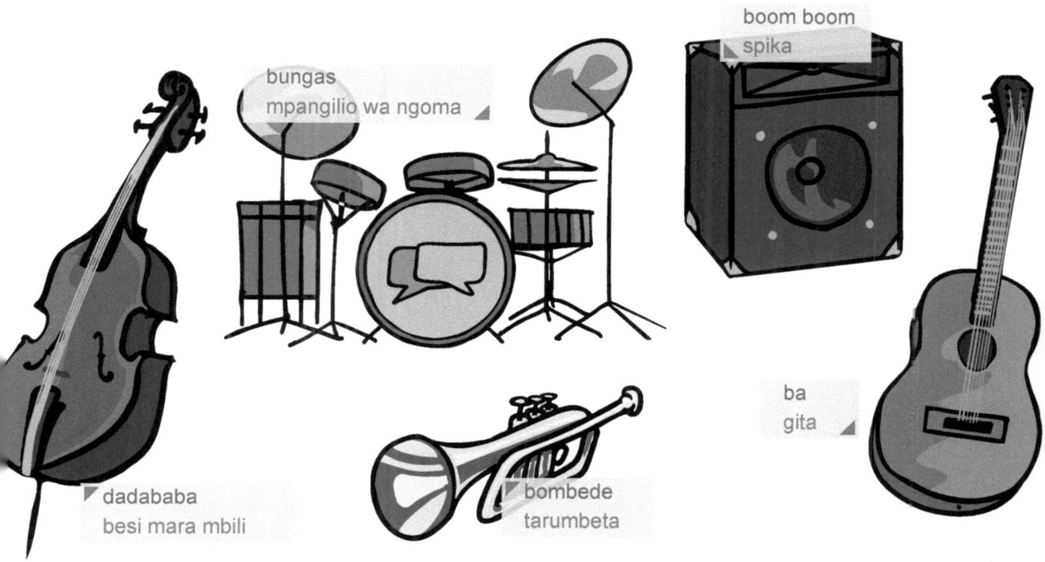

bungas
mpangilio wa ngoma

boom boom
spika

dadababa
besi mara mbili

bombede
tarumbeta

ba
gita

bingbing

piano

bababa

fidla

ba

ubeji

badada

timpani

bunga bunga

ngoma

badada

kibodi

dadababa

saksafoni

dadababa

filimbi

dadadada

maikrofoni

bababa
bustani ya wanyama

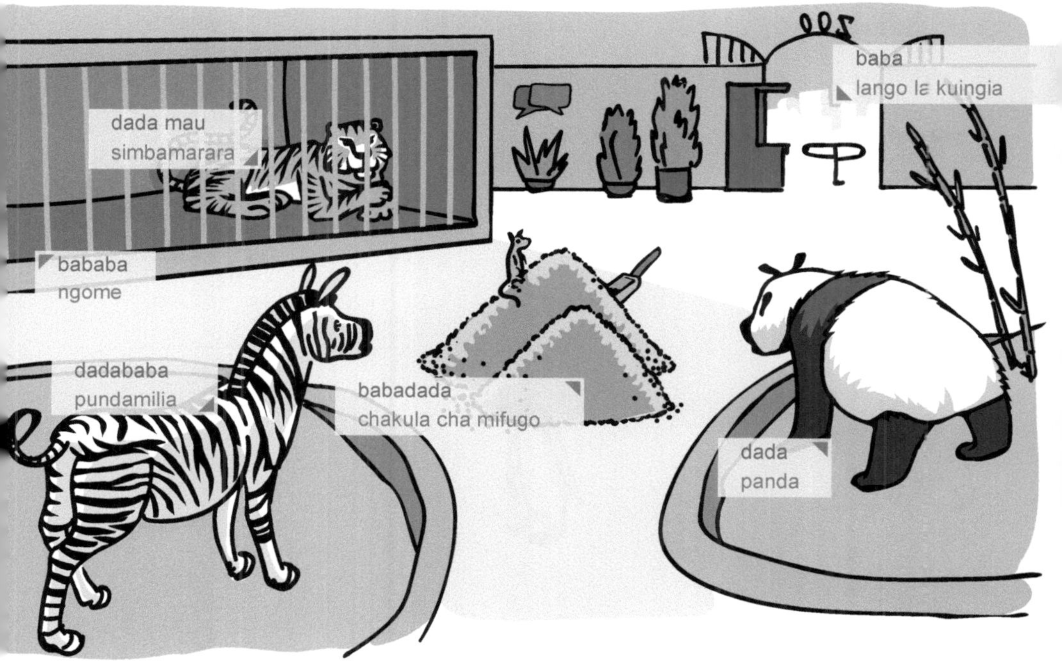
dada mau
simbamarara
baba
lango la kuingia
bababa
ngome
dadababa
pundamilia
babadada
chakula cha mifugo
dada
panda

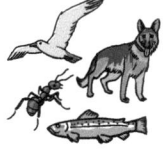

dadadada

wanyama

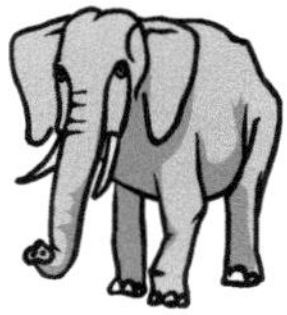

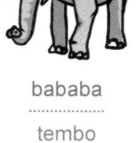

bababa

tembo

dadaba

kangaruu

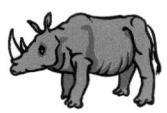

babadada

kifaru

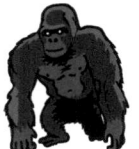

dada

sokwe

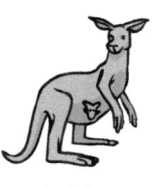

babababa

dubu

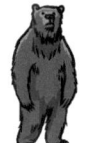

dadaba

ngamia

gackgack

mbuni

babadada

simba

dadaba

tumbili

gackgack

heroe

bababa

kasuku

bababa

dubu

dada

penguini

bababa

papa

dadaba

tausi

badada

nyoka

babababa

mamba

dadadada

mtunza wanyama

dada

muhuri

bababa

jaguar

bababa - bustani ya wanyama

ei!

mwanafarasi

dadadada

chui

dada

kiboko

babababa

twiga

bababa

tai

babadada

nguruwe mwitu

nom nom!

samaki

dadadada

kobe

anje

sili

dadadada

mbweha

bababa

paa

dadababa
soka ya marekani

dadaba
uendeshaji baiskeli

bum bum
tenisi

ball
mpira wa kikapu

badada
kuogelea

baba
magongo ya barafuni

aua!
ndondi

dadadada

soka

badada

vinyoya

dadababa

riadha

ball

mpira wa mikono

dadadada

skii

baba

polo

dada
kuruka

bababa
kumbatia

baba
cheka

dadababa
kuimba

dada
kutembea

dadadada
kuomba

mama!
busu

dadababa
ota ndoto

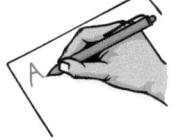

dadaba

kuandika

dada

kuteka

dadababa

angalia

dada

sukuma

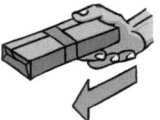

badada

kutoa

dadaba

kuchukua

dadaba

kuwa

dadadada

fanya

babadada

kuwa

dadadada

kusimama

baba

kukimbia

dadababa

vuta

dadadada

kutupa

dadaba

kuanguka

badada

hadaa

dadaba

kusubiri

bababa

kubeba

ba

kukaa

dadababa

vaa nguo

heia!

usingizi

bababa

kuamka

babababa

kuangalia

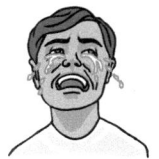

baaaaaa

lia

dadadada

kiharusi

bababa

chana nywele

bababa

ongea

baba

kuelewa

badada

kuuliza

dadababa

kusikiliza

bababa

kunywa

nomnom!

kula

badada

nadhifisha

ba

upendo

badada

mpishi

dadababa

gari

dadadada

kuruka

dadababa

meli

dadababa

kokotoa

dadadada

kusoma

dadababa

kujifunza

dadaba

kazi

baba

kuoa

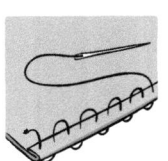

dada

kushona

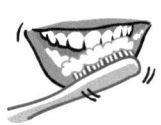

aua!

piga mswaki

aua!

kuua

dadababa

moshi

babababa

kutuma

oma!
bibi

opa!
babu

papa!
baba

mama!
mama

bebi
mtoto

ba
binti

badada
bin

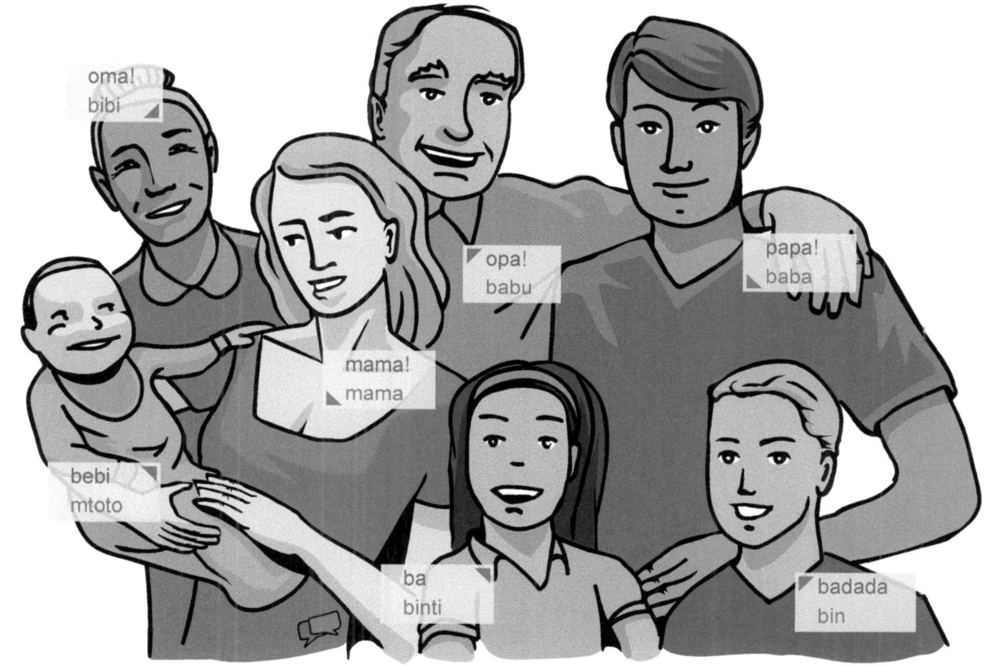

baba

mgeni

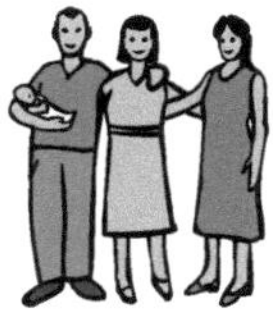

ba

shangazi

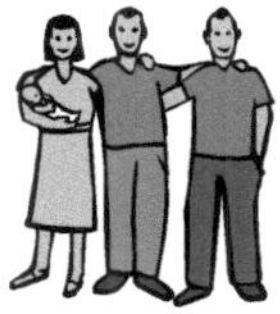

bababa

mjomba

nein!

kaka

nein!

dada

dadababa

mwili

bababa
paji la uso
dada
jicho
bababa
bega
dada
kidole
dada
uso
dadababa
kidevu
baba
mkono
dadaba
mguu
da
matiti
bababa
mkono

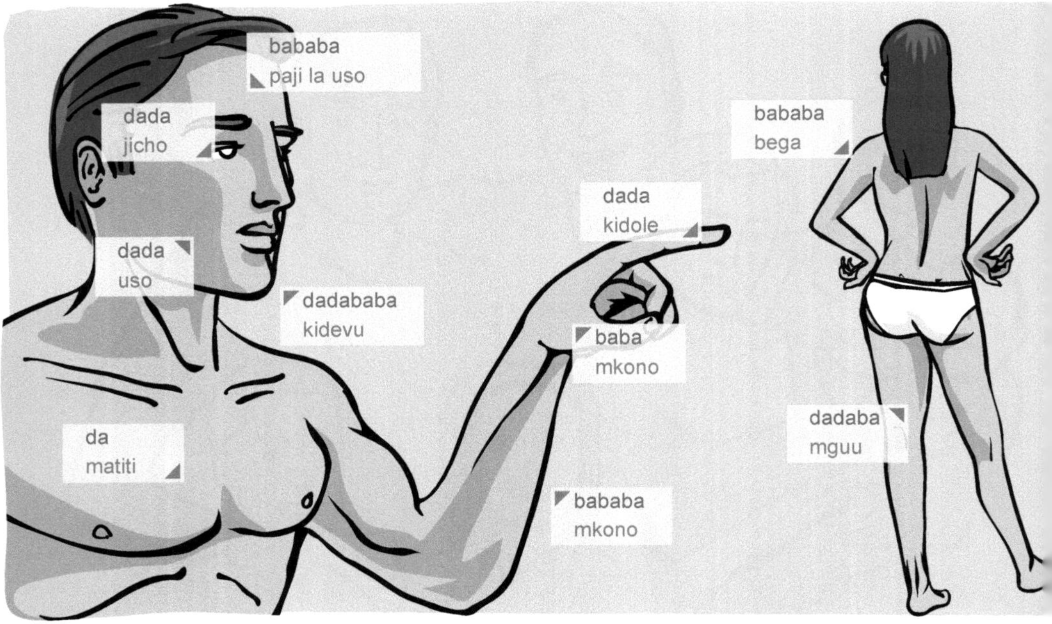

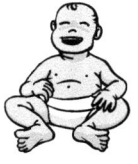

bebi

mtoto

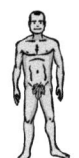

papa!

mwanamume

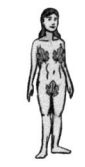

mama

mwanamke

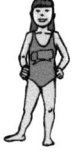

baba

msichana

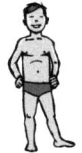

babadada

mvulana

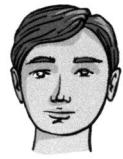

bababa

kichwa

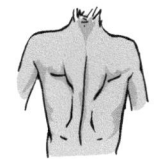

baba
nyuma

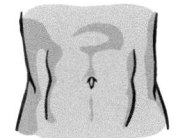

dadababa
tumbo

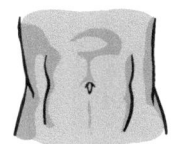

dada
kitovu

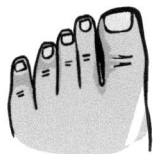

dadababa
chano

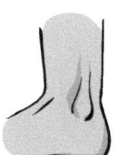

ba
kisigino

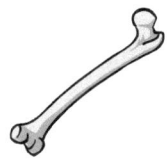

badada
mfupa

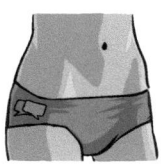

bababa
nyonga

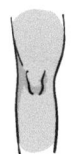

dada
goti

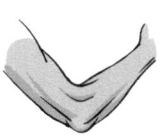

dadadada
kiwiko

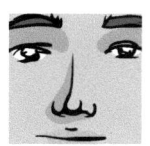

bababa
pua

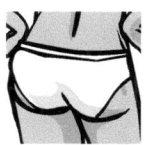

popo
chini

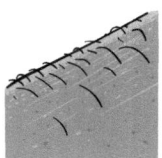

dadaba
ngozi

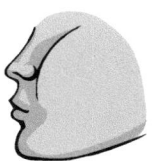

badada
shavu

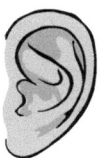

dada
sikio

babababa
mdomo

dadababa

kinywa

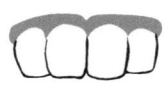

dadadada

jino

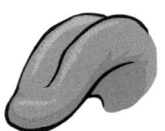

baba

ulimi

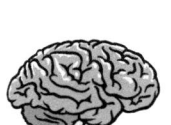

dadadada

ubongo

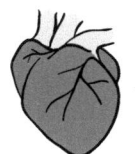

baba

moyo

dada

misuli

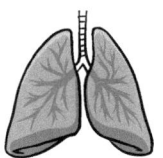

dada

pafu

dada

ini

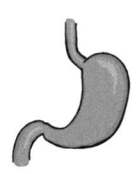

dadababa

tumbo

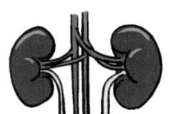

dadaba

figo

babadada

jinsia

dada

kondomu

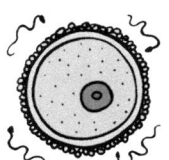

badada

ovari

dadababa

shahawa

dadababa

mimba

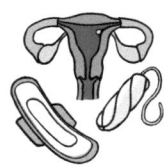

ba
....
hedhi

mumu
....
uke

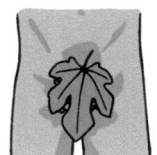

pipi
....
uume

dada
....
unyusi

dadababa
....
nywele

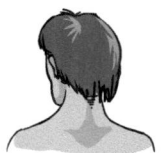

bababa
....
shingo

aua!
hospitali

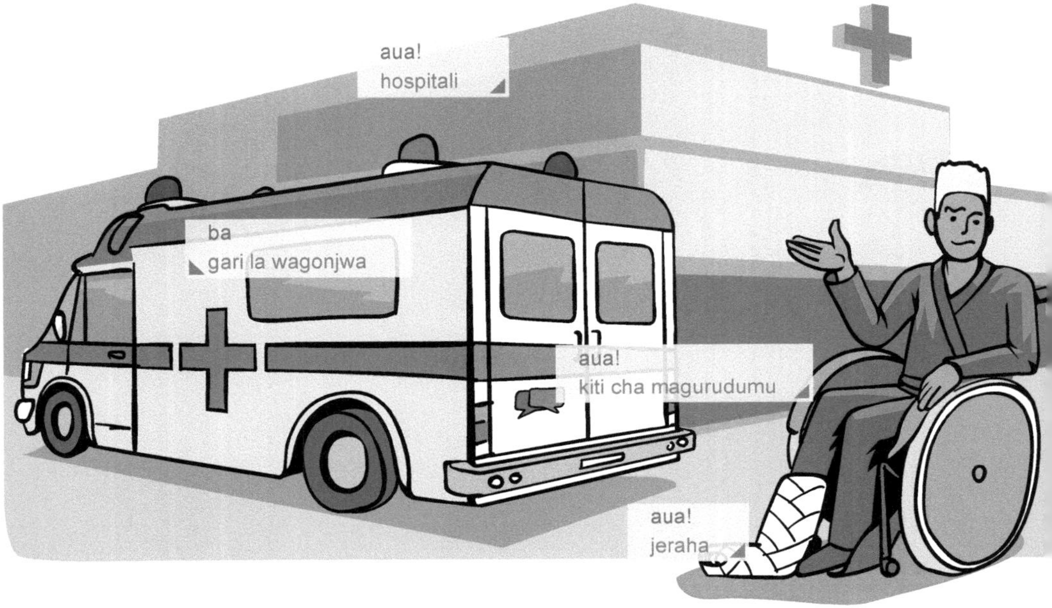

ba
gari la wagonjwa

aua!
kiti cha magurudumu

aua!
jeraha

aua!

daktari

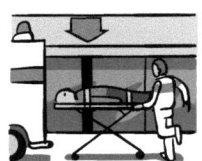

aua!

chumba cha dharura

aua!

muuguzi

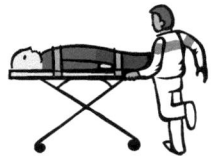

aua!

dharura

aua!

kupoteza fahamu

dadababa

maumivu

aua!

kuumia

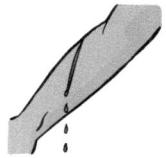

dadadada

kutokwa na damu

aua!

mshtuko wa moyo

aua!

kiharusi

dadababa

mzio

aua!

kikohozi

aua!

homa

aua!

mafua

aua!

kuharisha

aua!

maumivu ya kichwa

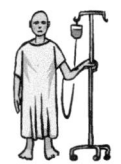

aua!

kansa

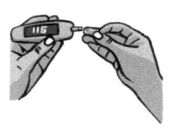

aua!

ugonjwa wa kisukari

aua!

daktari mpasuaji

aua!

kisu kidogo cha kupasulia

aua!

operesheni

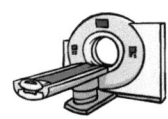

aua!

picha changanufu ya mwili

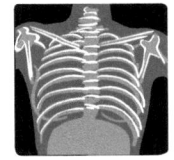

aua!

Eksrei

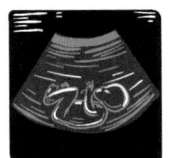

aua!

mawimbi sauti

aua!

barakoa ya uso

aua!

ugonjwa

aua!

chumba cha kusubiri

aua!

mkongojo

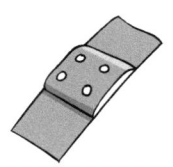

aua!

plasta

dadababa

bendeji

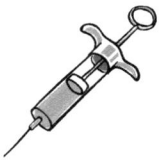

aua!

sindano

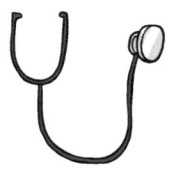

aua!

stetoskopu

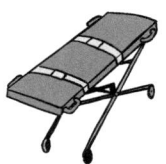

aua!

machela

aua!

kipimajoto cha kliniki

aua! bebi!

kuzaliwa

aua!

unene kupita kiasi

aua! - hospitali

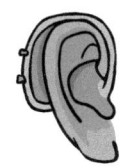

aua!

kusikia misaada

aua!

kipukusi

aua!

maambukizi

aua!

virusi

aua!

VVU / UKIMWI

aua!

dawa

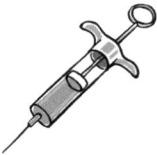

aua!

chanjo

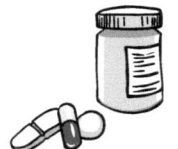

aua!

vidonge

dadaba

kidonge

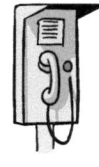

aua!

simu ya dharura

aua!

haemodainamometa

da / ba

mgonjwa / mwenye a²ya

aua!

kengele

aua!

pigo

aua!

Msaada!

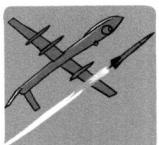

aua!

shambulizi

aua!

hatari

dadadada

lango la dharura

dadaba

Moto!

dadaba

kizima moto

aua! aua!

ajali

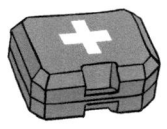

aua!

vifaa vya huduma ya kwanza

baba

wito wa msaada

dadadada

polisi

badada

Ulaya

dadaba

Amerika ya Kaskazini

dadababa

Amerika ya Kusini

dadaba

Afrika

dadaba

Asia

babababa

Australia

badada

Atlantiki

dadaba

Pasifiki

baba

Bahari ya Hindi

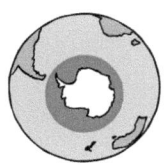

bababa

Bahari ya Antaktiki

dadababa

Bahari ya Aktiki

bababa

Ncha ya Kaskazini

dadababa

Ncha ya Kusini

dadaba

Antaktika

dada

dunia

dadaba

nchi

badada

bahari

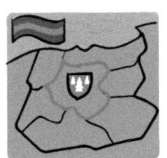

dadadada

kisiwa

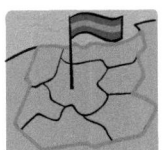

dadadada

taifa

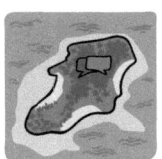

dadababa

jimbo

baba

uso wa saa

babadada

akrabu ya saa

baba

akrabu ya dakika

bababa

akrabu ya sekunde

dadababa

Ni saa ngapi?

babadada

siku

dada

wakati

baba

sasa

dadababa

saa ya dijitali

dadababa

dakika

bababa

saa

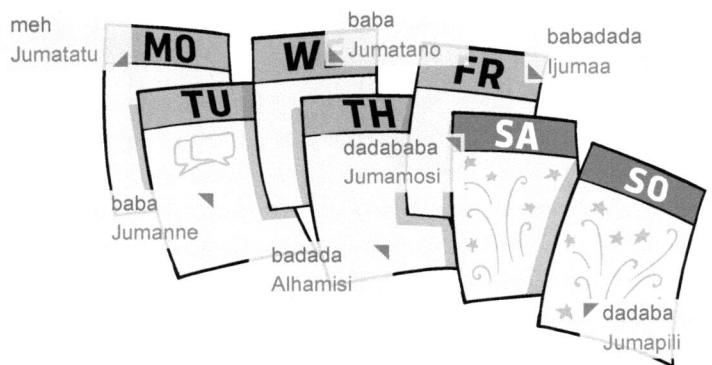

meh
Jumatatu

baba
Jumatano

babadada
Ijumaa

baba
Jumanne

dadababa
Jumamosi

badada
Alhamisi

dadaba
Jumapili

dadadada

jana

dadababa

leo

dadaba

kesho

baba

asubuhi

baba

saa sita mchana

dadadada

jioni

dada

siku za biashara

baba

mwishoni mwa wiki

dadaba
mwaka

dadababa
mvua
dadaba
upinde wa mvua
dadadada
upepo
kalt
theluji
dadadada
majira ya machipuko
badada
kiangazi
bababa
vuli
kalt
majira ya baridi

4.APRIL 11°
5.APRIL 4°
6.APRIL 13°
7.APRIL 8°
8.APRIL 10°

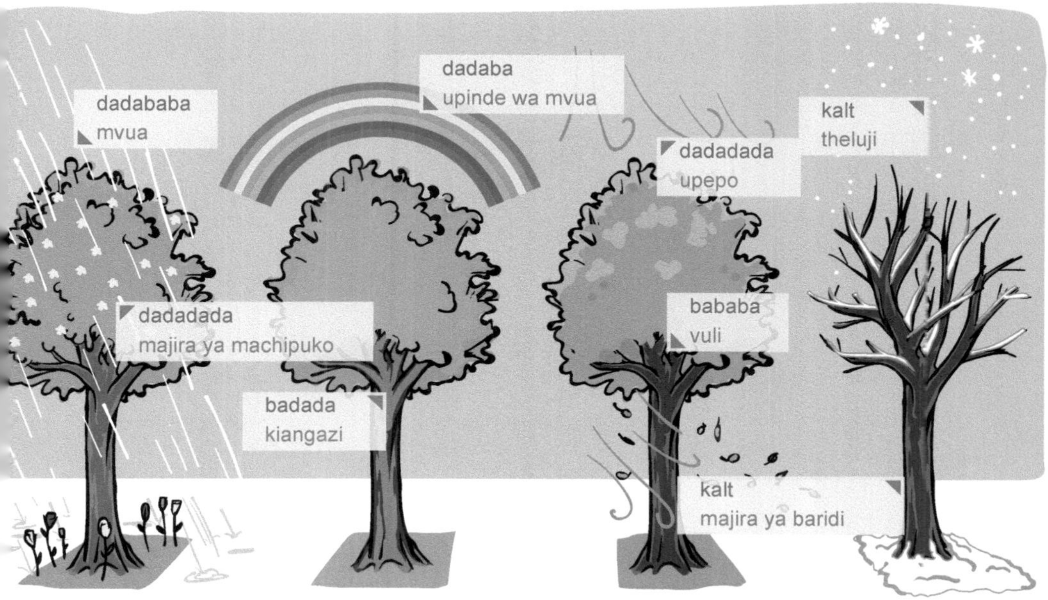

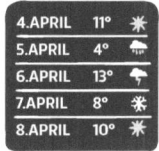

dadababa

utabiri wa hali ya hewa

F C
120 40
90 30
60 20
30 10
0 0
-30 -10
-20

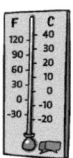

bababa

kipimajoto

ba

mwanga wa jua

baba

wingu

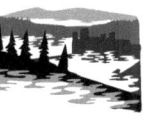

dadadada

ukungu

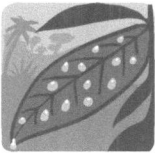

dada

unyevu

dadababa

umeme

dada

radi

badada

dhoruba

dadababa

mvua ya mawe

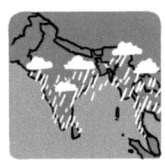

bababa

monsuni

dadaba

mafuriko

dadadada

barafu

dadaba

Januari

dadaba

Februari

bababa

Machi

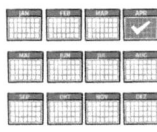

dadadada

Aprili

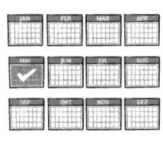

dadadada

Mei

babababa

Juni

baba

Julai

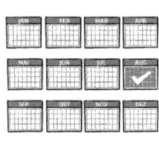

bababa

Agosti

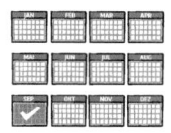

dadadada

Septemba

badada

Oktoba

dadababa

Novemba

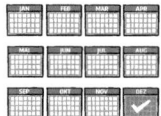

baba

Desemba

baba

mduara

badada

mraba

dadababa

mstatili

babababa

pembetatu

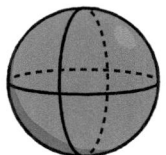

dadadada

nyanja

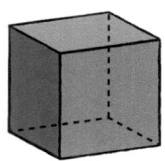

babababa

mchemraba

dadababa

nyeupe

babababa

manjano

baba

chungwa

dadadada

rangi ya waridi

babadada

nyekundu

dadababa

hudhurungi

dadadada

bluu

ba

kijani

baba

hanja

bababa

jivujivu

badada

nyeusi

da / ba

mengi / kidogo

da / ba

hasira / pole

da / ba

nzuri / mbaya

da / ba

mwanzo / mwisho

da / ba

kubwa / ndogo

da / ba

angavu / giza

da / ba

kaka / dada

da / ba

safi / chafu

da / bada

kamilika / tokamilika

da / ba

siku / usiku

da / ba

wafu / hai

da / ba

pana / nyembamba

da / ba

kulika / kutolika

da / ba

ovu / ema

ba / ba

sisimkwa / udhika

da / ba

nene / nyembamba

ba / ba

kwanza / mwisho

da / bada

rafiki / adui

da / ba

jaa / tupu

da / ba

ngumu / laini

da / ba

nzito / nyepesi

da / bada

njaa / kiu

da / ba

mgonjwa / mwenye afya

da / ba

haramu / kisheria

da / ba

akili / kijinga

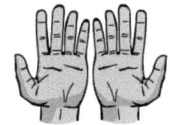

ba / ba

kushoto / kulia

da / ba

karibu / mbali

da / bada

mpya / kutumika

da / ba

kitu / jambo

ba / ba

zee / changa

da / ba

waka / zima

da / ba

wazi / fungwa

da / ba

utulivu / kelele

ba / ba

tajiri / masikini

da / ba

sahihi / kosa

da / ba

mbaya / laini

ba / ba

huzunika / furahia

da / ba

fupi /ndefu

da / ba

polepole / haraka

da / bada

nyevu / kavu

da / bada

joto / baridi

da / ba

vita / amani

0

dada

sufuri

1

a

moja

2

ba

mbili

3

da ba da

tatu

4

badabada

nne

5

dadababa

tano

6

dadaba

sita

7

badada

saba

8

dadababa

nane

9

dadaba

tisa

10

dadadada

kumi

11

badada

kumi na moja

12

baba

kumi na mbili

13

bababa

kumi na tatu

14

baba

kumi na nne

15

babadada

kumi na tano

16

dadababa

kumi na sita

17

babababa

kumi na saba

18

dadababa

kumi na nane

19

bababa

kumi na tisa

20

dadababa

ishirini

100

baba

mia

1.000

baba

elfu

1.000.000

dadababa

milioni

baba

Kiingereza

babadada

Kiingereza cha Marekani

dadababa

Kimandarini cha Uchina

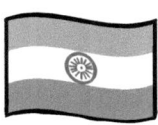

ba

Kihindi

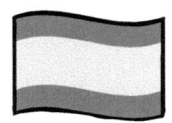

badada

Kihispania

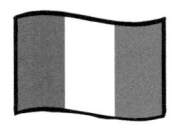

ohlala

Kifaransa

babadada

Kiarabu

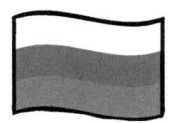

dadaba

Kirusi

dada

Kireno

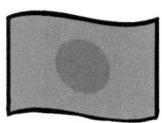

dadadada

Kibengali

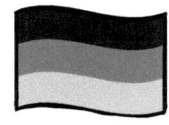

badada

Kijerumani

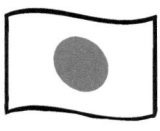

dadadada

Kijapani

a

mimi

dadadada

wewe

da / da / da

yeye / yeye / ni

o ba ma

sisi

babababa

wewe

baba

wao

dadadada

nani?

dadadada

nini?

baba

jinsi gani?

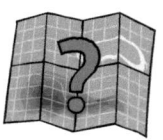

babababa

wapi?

babadada

lini?

dadaba

jina

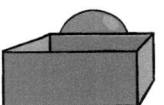

baba

nyuma

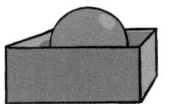

dadaba

katika

baba

mbele ya

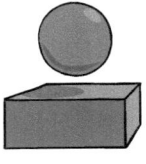

ba

juu ya

baba

kwenye

dadababa

chini ya

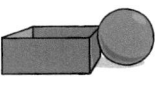

babababa

kando

ba

kati

dada

mahali